கனவின் முற்றத்தில் தரையிறங்கும் தாரகைகள்

D1771943

சக்தி ஜோதி

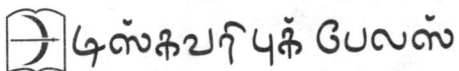

டிஸ்கவரி புக் பேலஸ்

#6, மஹாவீர் காம்ப்ளெக்ஸ், முனுசாமி சாலை,
(பாண்டிச்சேரி கெஸ்ட் ஹவுஸ் அருகில்)
கே.கே.நகர் மேற்கு, சென்னை-600 078.
பேச : 044 48557525, +91 87545 07070

கனவின் முற்றத்தில் தரையிறங்கும் தாரகைகள்
(கவிதைகள்)

ஆசிரியர்: சக்தி ஜோதி ©

Kanavin Mutraththil Tharaiyirangum Thaarakaikal
(Poems)

Author: Sakthi jothi ©

First Edition: February - 2021
ISBN: 978-93-89857-57-3
Pages: 80
Design: Discovery Team

Publisher:

Discovery Book Palace (P) Ltd,
6, Mahaveer Complex, Munusamy Salai,
K.K.Nagar West, Chennai-600 078.
Ph: +91 - 44-4855 7525
Mobile: +91 87545 07070

E-mail: discoverybookpalace@gmail.com,
Website: www.discoverybookpalace.com

Rs.100

இந்த நூலில் பிரசுரமாகியுள்ள எந்த ஒரு பகுதியையும் பதிப்பாளரின் எழுத்துபூர்வமான முன்அனுமதி பெறாமல் எடுத்தாள்வதோ, மறுபிரசுரம் செய்வதோ, மொழியாக்கம் செய்வதோ, அச்சு மற்றும் மின்னணு ஊடகங்களில் மறுபதிப்பு செய்வதோ, காப்புரிமைச் சட்டப்படி தடை செய்யப்பட்டுள்ளது. இந்த நூலிலிருந்து குறிப்பிட்ட பகுதிகளை மேற்கோள்காட்டி புத்தக விமர்சனம் செய்ய, ஊடகங்களுக்கு மட்டும் அனுமதி உண்டு.

உங்கள் மொபைல் போனிலிருந்து ஸ்கேன் செய்து 'டிஸ்கவரி புக் பேலஸ்' மொபைல் ஆப்பை டவுன்லோடு செய்து, புத்தகங்களை வாங்குங்கள்.

எனக்கு
எல்லாமுமாக இருந்த
என் அப்பாவின் இடத்தில்
இப்போது இருக்கும்
அண்ணன்
ஜெயபாலனுக்கு

நன்றி:

செம்மலர்
காலச்சுவடு
தடம்
ஆனந்தவிகடன்
குங்குமம்
நெருஞ்சி
தை
நிலவெளி
குறி
தினமலர்
வாசகசாலை இணைய இதழ்

நிலமென்னும் நல்லாள்

கட்டுரைகள் எழுதினாலும், மேடைகளில் உரையாற்றினாலும், சமூகப்பணிகளில் ஈடுபட்டபோதும் எனக்கான தனி அடையாளமாக நான் கருதுவது கவிதையையே. என்னுடைய முதல் தொகுப்பான ‘நிலம் புகும் சொற்கள்’ பனிரெண்டு ஆண்டுகளுக்கு முன்பு வெளியானது. இடையில் என்னுடைய முனைவர் பட்ட ஆய்வேடு, குங்குமம் தோழி, விகடன் இணைய இதழ், தமிழ் இந்து இணைய இதழ், மலைகள் இணைய இதழ் ஆகியவற்றுக்காக உரைநடை எழுதினாலும் என் மனதின் நாட்டம் கவிதையை நோக்கியே இருந்தது.

வாசிப்பு, எழுத்து, அலுவலகப் பணிநிமித்தமான அழுத்தங்கள், அலைச்சல்கள் ஆகியவற்றுக்கு நடுவே ஒரு மாறுதல் வேண்டி எங்களுக்குச் சொந்தமாக இருந்த மண்ணைத் திருத்தி ஏதேனும் விளைவிக்கலாம் எனப் புகுந்த ஒரு பொழுதில் கவிதை எனக்கு வேறு ஒரு முகம் காட்டி என்னை அணைத்துக்கொண்டது.

அந்தச் சிறிய நிலம், தோன்றிய நாளில் இருந்து பச்சை காணாமல் வறண்டே இருந்தது. அதைத் திருத்தி, விதையூன்றி, நீர் பாய்ச்சி, களையெடுத்து, பயிர் வளர்க்கச் சிலகாலம் உழைத்தேன். இப்போது திரும்புகிற பக்கமெல்லாம் பசுமையாகப் பூத்தும் காய்த்தும் கனிந்தும் சின்னஞ்சிறு வனமாக அது காட்சியளிக்கிறது.

நெருக்கடியானத் தருணத்தில் தளர்ந்த மனதுடன் கால் வைத்த என்னை அந்த நிலம் கைவிடவே இல்லை. உறவுகள் நடுவேயும், அலுவல் நிமித்தமாகவும், சமூக வெளியிலும் ஒரு பெண்ணாக நான் எதிர்கொள்ளும் சவால்களைத் துணிவுடன் நேரிட கவிதையே எனக்குத் துணை நிற்கிறது.

கணவர் சக்திவேல், குழந்தைகள் திலீப் குமார், காவியா, மற்றும் இடரினும் தளரினும் என்னைத் தேற்றுகிற விதமாக உடனிருக்கும் என்னுடைய அக்கா ஜெயா திரவியம் மற்றும் அவரது குழந்தைகள் ஹில்டன், அர்ச்சனா ஆகியோரின் வாஞ்சையையும் இக்கணம் நினைத்துக்கொள்கிறேன்.

டிஸ்கவரி புக் பேலஸ் பதிப்பகத்தின் வழியாக வெளியாகும் நான்காவது கவிதை நூல் இது. எப்போதும் என் மீது நன்மதிப்புக்கொண்டிருக்கும் நண்பர் வேடியப்பன் அவர்களுக்கு என்னுடைய நன்றி.

– **சக்தி ஜோதி**
09.02.2021

இராமலிங்க நகர்,
அய்யம்பாளையம்-624204,
திண்டுக்கல் மாவட்டம்
sakthijothipoet@gmail.com

கனலி

எவ்வளவோ சிரமங்களுக்கிடையேயும்
இத்தனை காலமாய்
அணையாமல்
காத்து வைத்திருக்கிறாள்
கணப்பின் நெருப்பை

எப்போதும் பெய்கிற
பனி அல்ல
இப்போது பொழிவது

வழக்கத்தை விடவும்
அதிகமாகக் குளிர்கிறது
இவ்விரவு

விண்மீன்கள் மறைந்த வானத்தில்
ஒரு பழைய கனவு போல்
தெளிவற்று
ஒளிருகிறது நிலவு

பயணத்தின் நடுவே
வழிதவறிய போக்கனொருவன்
கனக்கத் தொடங்கிய
கால்களோடு வரக்கூடும்
உறைந்துபோன
தன் வார்த்தைகளுக்கு
கொஞ்சம் வெம்மை வேண்டி

அவளறிவாள்
குவளையளவு
பச்சைத் தேயிலையை
கொதிக்க வைக்க
அவ்வளவு ஒன்றும்
அதிகமாய் தேவைப்படாது
சுள்ளிகள்.
o

புன்கணீர்

அதற்கும்
சற்று முன்பாகதான்
எதற்காகவோ வேண்டி
அவள்
அழுதிருந்தாள்

அன்றைக்கு
அறுவடை செய்யவேண்டிய
முள்ளங்கிகளின்
வெண்மை
நினைவுக்கு வரவே
எல்லாவற்றையும்
தள்ளி வைத்துவிட்டு
வயலுக்குச் சென்றாள்

விளைச்சல் காணாத
வெற்றுநிலத்தை
சீர் திருத்தி
நீர் பாய்ச்சி
விதை தேர்ந்து
நாற்று நட்டு
களை நீக்கி

இதோ
முதல் விளைச்சலை
எடுக்கப்போகிறாள்

தன் விரல்களை
விடவும் மென்மையாய்
இன்னொரு கருவியைக்
காணாமல்
ஒரு முள்ளங்கியை
தன் விரல்களால்
தோண்டியெடுத்தாள்

உலகின்
உயிர்கள் மொத்தமும்
அச்சிறு வெண்கிழங்காய்
திரண்டு
தன் கைகளில் தவழ்வதாக
உளம் நெகிழ
அவள்
கண்களில் திரண்டு வழிந்தது
வேறு கண்ணீர்.
O

வழி மயக்கம்

வெளியே புறப்படுவதற்கும்
வீடு திரும்புதலுக்குமான
பாதைகள் இருவேறாக
இருக்கிறதென
கலங்கி
நிற்கிற
கண்கள்
அறிவதில்லை
வானத்தில்
பறவைக்குத் திசையென்று
ஏதும் கிடையாது.
O

விட்டு விடுதலையாகுதல்

வீட்டின் முன்
விரிந்து நிற்கும்
வேம்பு
தழையுதிர்ந்து
தன்னுடைய பூக்களால்
நிரம்பத்தொடங்குகிற பருவத்தில்
உச்சிக்கிளைதனை
அசைவித்தவாறு உதறியெழுந்து
பறக்கத்தொடங்கும் கிளிக்கூட்டமானது
அன்றைய நாளை
அழைத்து வரும்

முதிர்ந்த இலைகளோடு
முற்றிலும் வளராத இறகுகளையுடைய
சிறு கிளியும்
தடுமாறி
தரையில் விழுந்ததொரு
புலரியில்

பற்றிக்கொள்ள
முயன்று தோற்ற கிளையிலேயே
மோதி
உடைந்த அலகோடும்
உடலில் காயங்களுடனும்

பறக்கவியலாமல்
தடுமாறிக்கொண்டிருந்ததை
வாரியெடுத்துத்
தனது வசிப்பிடத்திற்குக் கொண்டுவந்தவள்

காயங்களுக்கு மருந்திட்டு
உண்பதற்கும் தந்து
சிறு கூண்டில் வைத்து
காத்து வந்தாள்

வேம்பில் உதிர்ந்தது போக
மீதமிருந்த பூக்களத்தனையும்
பழுத்து
வாசம் பரப்பத் துவங்கியிருந்த
அப்பருவத்தின்
தொடக்கத்தில்
அக்கூண்டினைத் திறந்து விட்டாள்
தான்
ஒருபோதும் விட்டகலவியலாத
வீட்டினைத் திரும்பிப் பார்த்தபடி.
O

விதையுறக்கம்

பருவத்தின்
கொடையால்
பூமி
பூத்து நிறைகையில்

தேடிவந்து
தேன் குடிக்கும் வண்ணத்துப்பூச்சி
அன்னிச்சையாய்
நிகழ்த்திடும்
அயல் மகரந்தச் சேர்க்கையால்
சூல் கொள்ளும்
விதையொன்றிற்குள் உறங்குகிறது
முளைத்தெழுந்து
வானத்தைத் தொடும் கிளைகளோடு
விரிந்து நிற்கப் போகுமொரு
விருட்சத்தின்
கனவு.
o

கடிகை

எனக்கு முன்பாக
இந்தத் தடத்தில்
நடந்து சென்றவர்கள்
எப்படித்தான்
இவ்வளைவு
நெளிவுகளைக்
கடந்து சென்றார்களோவென
களைப்போடு எண்ணுகையில்தான்
புரிகிறது
எனக்குப் பிறகும்
இப்பாதையைத்
தொடர்பவர்களுக்கான
பயணப்பொழுதுகளையும் சேர்த்து
பத்திரப்படுத்தியபடி
சாவி கொடுக்க மறந்த
பழைய கடிகாரத்தின்
முட்களின் அடியில்
முறுக்கவிழ்ந்த சுருள்வில் நடுவே
சுருண்டு படுத்திருக்கும் காலத்தின்
சூட்சுமம்.
O

வானத்தின் வரைபடம்

வேலிகளற்று
விரிந்து கிடக்கிறது
வெளி

திசைகளைத்
திறந்து வைத்தபடி
காத்திருக்கிறது
காற்று

மிதந்து கொண்டிருக்கும்
மேகங்களைச் சாட்சியாக்கி
விரிகிற
சிறகுகளுக்குள்
மறைந்திருக்கிறது
வானத்தின்
வரைபடம்

சோம்பிச் சோர்ந்தோ
முறிவடைந்தோ
தடுமாறும்
தன்
சிறகுகளை
உதறிப்பறக்க
அப்பயணம் முழுவதும் தீராத
பாடல் ஒன்று தெரிந்தால் போதும்
மீண்டும்
பறவையாகிவிடலாம்.

O

திடம்

அரிதான
அதனுடைய இருப்பையும்
அசாதாரணமான
ஒளியையும்
அதீதமான கடினத்தையும்
காணப் பொறாமல்
மீளவும் வந்து
முட்டி
மோதிச் சிதறடிக்க
முயலுபவர்கள்
அறிவதில்லை
உள்ளுக்குள்
உடைந்து தேறிய பெண்ணொருத்தியின்
உள்ளம்
தீட்டவும் தீராத
திண்மை கொண்ட
வைரம் என்பதை.

○

ஊடாட்டம்

சொந்த ஊரில்
வேர்பிடித்த தாவரம் போல்
தன்னை உணர்ந்தவள்
அயல் நிலத்தில்
பறவையாகி
கற்பனைவெளியில்
அலைகிறாள்

அறியாத
இருவேறு உலகங்களை
இணைக்கும்
இந்த நினைவிற்கோ
நிபந்தனை எதுவுமில்லை

ஆயினும்
தாபத்தால் விழித்திருக்கும் மனதுக்கும்
சோர்வுற்று உறங்க விரும்பும்
உடலுக்குமிடையே
விடுபடமுடியாமல்
சிக்கிகொண்டவள்
தன் நிலை மறந்து
தடுமாறுகிறாள்
நூலுக்கு ஆடும்
பாவையென.

○

நிலை

ஒருமுறை
நிஜமாகும் முன்னம்
ஓராயிரம் தடவை
ஒத்திகை நடக்கிறது

பிறகும்
ஆயிரத்து ஒன்றாவது இரவில்
நினைவிற்கும்
நிகழ்விற்குமிடையே
நீட்டிப்படுத்திருக்கும்
உடலைத் கடக்கத் தடுமாறுகிறது
மனது.
○

வேண்டுதல்

நிலத்தில்
விழுந்து புதைந்த
பிறகு
மழைக்குத்
துளிர்க்கும்
சிறிய விதையிலையில்
உறைந்திருக்கிறது
பறவைகளின்
பாடல்களோடு
மிருகங்களின் கூடல்வாசனையும்
கூடிப் பெருகுமொரு
இரகசிய வனம்

தம்
கிளைக் கைகளை
கூப்பித்
தொழுது
வானத்திடம்
அவ்வனம்
வேண்டி நிற்பது
வேரை நனைக்கிற
மழையையும்
இலைகள் ஒளிரக்
காய்கிற வெய்யிலையும்
தவிர
வேறொன்றுமில்லை.
O

பெயல் நினைந்து

அழுதழுது
கண்ணிமைகள்
கனத்துக் கிடக்கும்
பெண்ணைப்போல

நீரற்று
இரு கரையும்
மேடிட்டுக் கிடக்கிறது
கோடையில்
அந்நதி

வறண்ட
மணற்படுகையில் பதிந்திருக்கும்
பழைய சுவடுகளை மூழ்கடித்தவாறு
மீன்கள் துள்ளப்
பாய்ந்தோடுகிற
புது வெள்ளத்தை
கனவு கண்டபடி
கடந்து போகிறதொரு
செங்கால் நாரை.
O

தன் மலர்ச்சி

நிலம் நோக்கி
நீளும்
சூரியனின் கதிர்களுக்கும்
சூரியகாந்திப் பூக்களின்
வான் நோக்கிய முகத்திற்கும்
இடைப்பட்ட தொலைவே
காதலின் வெளி

ஒளியின்
நகர்வோடு சேர்ந்து
கிழக்கிலிருந்து மேற்காய் திரும்பும்
அப்பூக்கள்
வித்துகளாகி விளைந்தவுடன்
ஒற்றைத் திசையில் நிலைத்துவிடும்

சூரியகாந்தி பூத்த
நிலக் காட்சிகளின் நினைவுகளோடு
பருவ மாற்றத்திற்கு
சாட்சியாக நிற்கிற ஒருத்தி
அன்பின்
ஆதியும் அந்தமும்
உணர்ந்தவளாய்
தன்னை மீட்கிறாள்
வரும் காலத்திற்கான
விதையொன்றை
தானும் மடியேந்தியிருப்பதை
நினைத்து.

O

திரவியம்

அமைதியாகத்
தெரிவது
ஆழ் கடல்.
மனதின்
மாயப் புதிரான
கனவிற்கோ
கடலாழம்.
ஒருபோது
சிடுக்கை விடுவித்தும்
மறுபோது
இயலாமல்
இறுக முடிச்சிட்டும்
திகைக்கும்
நினைவுகள்
நிலைகொள்ளாது
அலையடித்துக் கொண்டேயிருக்கிற
அந் நெடும் பரப்பில்
மீன்களுக்கு வலை விரிப்பவர்கள்
முத்துக்களுக்காக
மூச்சடக்கி
மூழ்குவதில்லை.
O

விழிப்பின் திசை

சேர்ந்து மகிழ்ந்திருந்தவர்கள்
தனித்துத் தவித்திருந்தவர்கள்
நிம்மதியாய்
தலை சாய்த்தவர்கள்
கவலைகளோடு
கண் மூடியவர்கள்
என
எல்லோரும் உறக்கத்தில் ஆழ்ந்திருந்த
அதிகாலையில்
அவ்வூரின்
இருள் விலகாத தெருக்களுக்கு
பறவைகள் தங்களுடைய
பாடல்களோடு சேர்த்து
வெளிச்சத்தையும்
கொண்டு வருகின்றன

திசை மாறி வந்து
தன் வீட்டு மரக்கிளையில்
ஓய்ந்திருக்கும்
ஒற்றைக் குயிலின்
குரலுக்கு
அதுவரையில்
கண்டிருந்த கனவு கலைந்து
எழுந்தவள்
யாரோ போல
தன்னையே அதிசயித்து நோக்குகிறாள்

சாளரத்தினூடாக
தெரியும்
புலர் வானம்
மூடிய கண்களை
மட்டுமல்ல
முடங்கிய மனதையும்
திறக்கும்படியாக
ஒளிரத் தொடங்கியபோது
சுணக்கத்திலிருந்து மீளும்
சுறுசுறுப்பானவொரு பறவையென
தனது சிறகுகளை
அவிழ்த்தவள்
தனக்கான திசையினைத்
தெரிவு செய்கிறாள்
தீர்மானமாக.
o

மொழி

தெவிட்டாத காதலின் பரவசத்திலும்
திடுமென நிகழுமதன்
வலிமிகு பிரிவிலும்
சொற்களற்ற
துளி கண்ணீரே
அந்தந்த கணங்களின்
மெய்மைக்குச் சாட்சியாகிறது
எப்போதும்.
O

பருவம் எனும் நினைவு

ஒரு பருவத்தில் துளிர்த்து
மறு பருவத்தில்
பூத்து நிறைந்து
வேறு பருவத்தில் உதிர்ந்த பிறகும்
இன்னுமொரு பூப்பிற்கான
ஈரத்தை
தனது வேரடி மண்ணில்
வெதுவெதுப்பாகத்
தேக்கி வைத்திருக்கிற
தாவரத்தின் நினைவில்
உறங்குகிறது
துளிர்க்கக் காத்திருக்குமொரு
கனவு.

O

மழையை எழுதுதல்

துளித்துளியாய்
சேர்த்து வைத்த
கருணையை
கனிந்து
கொடையெனப் பொழிகிறது
கோடை வானம்

வேர் பற்றி
விழுதூன்ற
விதைகளை வேண்டுகிறது
நெகிழ்ந்த நிலம்

நீருக்கும்
நிலத்துக்குமிடையே
அலையும் காற்று
தன் விருப்பம் போல
அழித்து எழுதிக் கொண்டிருக்கிறது
அம் மழையின் கதையை.
O

காலம் எனும் கதை

கடிகாரம் பார்க்கத் தெரியாத முதியவள்
நினைவுகளைக் கொண்டே
தன் பொழுதைக் கணக்கிடுகிறாள்
காலை வெய்யிலில்
தன்னுடைய கைகளைத்
திருப்பித்திருப்பிப் பார்த்தபடி
நீவிக் கொண்டிருக்குமவள்
ஏறத் தொடங்குகிற
வெயிலினைப்போல
மென்மேலும் அதிகரிக்கிற
சுருக்கங்களின் வரிகளில்
அழிக்கவியலாமல்
நிரந்தரமாகப்
பதிந்திருப்பவர்களைப் குறித்து
தனக்குள் பேசத் துவங்கும்போது
காதைத் தீட்டியவாறு
'உம்' கொட்டிக் கேட்டு நிற்கிறது
காலம்.
O

கனவென விரியும் காடு

சிறியதொரு மலையினை
ஏறிச்சென்றால்
சற்றே மறைவாகக் காணக் கிடக்கும்
பெயரறியாப் பெருமரங்கள்
சூழ்ந்திருக்கும் அக்கானகம்

அங்குதான்
என்னுடைய பால்யத்தின்
காட்சிகளை
இருளும் ஒளியுமாக
நினைவுள்
பதிந்து கொண்டேன்

ஒருமுறை
தனியாக
இன்னொரு தினம்
மகளோடும்
மறுமுறை

தோழிகளோடுமென
வெவ்வேறு தருணங்களில்
வெகுமுறை சென்று விட்டேன்
அக்காட்டினுள்

இப்பொழுது
சில மரங்களின் பெயர் தெரியும்
சில செடிகளின் பயன் புரியும்
சில பூக்களின் வாசம் அறிவேன்
மேலும்
உடன் வருபவரிடம் பகிர்ந்து கொள்ள
அதையொட்டிய
சில கதைகளும் என்னிடமுள்ளன

தவிரவும்
கண்டு தெளியாத
என்னுடைய கனவுகளில் பொலியும்
தீராத ஏக்கம்
அக்கானகத்தின் நடுவேயிருக்கும்
சுனையின் அடியாழத்திலிருந்தே
பெருகுகிறதென
தீர்க்கமாக நம்புகிறேன்.
O

அழைப்பு

முதல் துளியில்
இவ்வளவு அடர்த்தியாய் பெய்வதற்கான
அறிகுறி எதுவும் தென்படவில்லை
என்றபோதும்
பரவசம் மிகுந்த ஓர் அழைப்பில்
நெகிழ்ந்திடும் மனம்போல
ஒரு மின்னல் வெட்டி
கருமேகம் கரைய
வானம் திறந்து
கொட்டுகிற இம்மழை
இங்கே
எப்போது வேண்டுமாயினும்
உடையத் தோதுவாகவொரு
அணையை
நிறைத்தபடியிருக்கிறது.
O

பயணக்குறிப்பு

காணும்போது
கண்ணில்
திகையும்
ஒளியும் நிழலும்
புறத்திருப்பது

எடுத்து
எட்டுவைக்கும் தோறும்
பாதங்கள் உணரும்
இசைவும் இசைவின்மையும்
அகமறிவது
என்பதால்
வழியை
விழி மறைத்தாலும்
அவள்
நடை தளர்வதில்லை

கால்கள் மீதே
கவனம் கொள்கிறாள்.
O

இருப்பிடம்

"இத்தனை காலம் எங்கிருந்தாய்"
என்கிற
கேள்வியின்வழி
சாம்பல் பூனை
பச்சைக்கிளி
கருப்புநிற நாய்க்குட்டி
இவற்றோடெல்லாம்
சிநேகமாகியிருக்கிறேன்

வழி தவறி
அடைக்கலமாய் ஆனவை
வீட்டின்
அங்கமாகி விட்டன

எச்சரிக்கை
ஏதுமின்றி
சில துரோகங்களை
எதிர்கொள்கிறபோது
உடைந்தழுதாலும்
மீண்டெழும்போது
இத்தனை காலமும் எங்கிருந்தேன்
என்று
என்னிடமே கேட்டுக்கொள்கிறேன்.
O

தோற்றம்

துறவி
தன்னைக் காண
வந்தவர்கள் பார்க்க
வசதியாக
முன்னிருந்த
வெற்றுப்பாத்திரத்தை
சற்றே தள்ளிவைக்கிறார்

இருப்பவர்கள்
தம்மிடம்
இல்லாததையும்
இல்லாதவர்கள்
தங்களிடம்
இருந்ததையும்
காண்கிறார்கள்
அச்சிறு
அசைவினில்.
o

சுழற்சி

'தயவுசெய்து
இன்னைக்கு வரவேணாம்'ன்னு சொல்லும்மா,
பயணிக்கவேண்டும்' என்றாள் மகள்
'சரி, நாளைக்கு வரச் சொல்கிறேன்' என்றேன் சிரித்தபடி.
'அய்யோ
நாளைக்கும் வேண்டாம்,
திட்ட அறிக்கை சமர்ப்பிக்கணும்' என்றாள் சிணுங்கியபடி.
'சரி, இதுவெல்லாம் காலநேரம் பார்த்து வருமா என்ன,
கடினமான வேலை தினங்களின்போது
எனக்கும் இப்படித்தான் தோன்றும்,
ஆனால் நினைப்பதுபோலவே
எதுவும் நடக்காது இல்லையா' என்றேன்.
மேலும்
'இயற்கையின் நிகழ்வுகளை
பொறுத்துக்கொள்வதைக் காட்டிலும்
ஏற்றுக்கொள்வது எப்போதுமே நல்லது''
என்று சொல்லி
கன்னத்தில் முத்தமிட்டேன்.
அடுத்தநாள்
தொலைபேசியில் அழைத்தவள்,
கல்லூரிக்கு
விடுப்புக்கடிதத்தோடு
திட்ட அறிக்கையையும்
தோழியிடம் கொடுத்தனுப்பியதாகச்
சொன்னாள்.
O

இடையீடு

நிலவை
இப்போது மறைத்திருக்கும்
இம்மேக நிழல்
எப்போதைக்குமாக
நிலைத்திருக்கப்போவதில்லை
என்றாலும்
இருள் மூடியிருக்கும்
இச்சிறு பொழுதில்
ஏறிட்டு
வானத்தை நோக்கும்
எனது விழிகளில் தெளிகிறது
பித்தின் ஒளி.
O

நம்பிக்கை

இது
காற்றுக்காலம் இல்லை
என்பதே இன்றைய ஆறுதல்

தாவரங்கள் பூக்க
வெயிலும்
மழையும் வேண்டியிருக்கிறது

இன்னமும்
கலையாதிருக்கிற
கரு மேகங்கள்
இன்றிரவே
அடர்ந்து பொழியலாம்

சூரியன்
இந்தப்பகலில்
இவ்வளவு காய்வது
மண்ணை
வரளச்செய்கிறபோதும்
மனதில்
துளிர்த்திருக்கிறது
ஈரம்.
O

உள்வெளி

முழுக்க அறைந்து மூடவும்
தெரியவில்லை
முற்றிலுமாகத் திறந்து வைக்கவும்
இயலவில்லை
பாதித்திறந்தும்
மீதி மூடியும்
நிற்கும்
கதவின் பின் இருக்கிறது
கொள்ள முடிந்ததும்
தள்ள முடியாததுமானதொரு
வாழ்வு.
O

மெய்ப்பாடு

மனத்தின் முகட்டிலிருந்து
வீழும் அருவியின்
சாரலில்
பகல் நெடுக
விரும்பி நனைந்தவள்
அன்றைய
குளிர் இரவில்
கனவின் முற்றத்துள்
வானத்துத் தாரகைகள்
தரையிறங்குவதை
கண்ணிமையாது
காண்கிறாள்

உடல் கருவியாக
உணர்வுகள் இசைந்து
உளம் முழுதும் செவியாகி
உற்று கேட்கிறாள்
உயிரின் மௌனத்தை

தழலெனப் பற்றும்
தாபத்தை
தணிக்கும் முகமாக
தளர்ந்த கைகளால்
இறுகப் பிணைத்து
தனது மேனியை
மறைக்கிறாள்
ஒரு பாவத்தைப் போல.
O

அளவீடு

மலரில் வாசம்
இலையில் பச்சை
கனியில் இனிப்பு
மண்ணில் ஈரம்
நெருப்பில் வெம்மை
நீரில் குளிர்ச்சி
ஒளியில் நிழல்
உடலில் வலி
அனைத்தும்
நிறைவது
அதனதன் சிற்றளவல்ல
அவரவர் மனம்கொள்ளும் பேரளவு.
O

பறவையின் வானம்

அவ்வப்போது
எரிந்து உதிரும்
விண்மீன்களும்
எப்போதாவது
பெயர்ந்து விழும்
விண்கற்களும்
பொழுதொரு
கால நிலையுமாக
வேறுபடும்
வானம்
ஏறிட்டுப் பார்க்க
திகைப்பூட்டக்கூடியதுதான்
எனினும்
மனதுக்குள்
சிறகு
முளைத்திருக்கிற சிறு பறவைக்கோ
பறத்தலென்பது
பயமற்றது.

O

பிள்ளை நிலா

அற்றைத்திங்களில்
அறியாப் பருவத்தில்
கூடவே வருகிறதாவென
வானத்தைப் பார்த்தபடி
தெருவின் முடிவுவரை
ஓடித் திரும்புவது சலியாத
ஒரு விளையாட்டு

இற்றைத்திங்களில்
ஏறிட்டுப் பார்க்க
நேரமில்லை என்றபோதும்
செல்லும் இடம்தோறும்
உடன்வரவே செய்கிறது

அதே தெருவில்தான்
என் ஜீவன் கழிகிறது

சுற்றிச் சுழலும் கோள்களின்
அறிவியலைக்
கற்றுத் தேர்ந்தபின்
வெகு தொலைவு விலகிவிட்டிருக்கும்
நிலவிடத்தே
மங்கிவிட்ட
அந்த
ஒளிர்வையும் ஈர்ப்பையும்
பால்யத்தின் நினைவைத் தொட்டு
இச் சொற்களில்
மீட்க முயல்கிறேன்
மின்சாரம் அணைந்த
முன் இரவில்
திறந்திருந்த சாளரத்தின் வழியே
விழியுயர்த்திப் பார்த்த ஒருகணத்தில்.
O

நிறை நிலம்

அன்று
மழைக்குப் பிந்திய
மானாவாரிக் காட்டில்
செஞ்சோளம்
விளைந்திருந்த நாளில்
நெருப்புக் கட்டியதுபோல
சிவந்திருந்தது
அந்நிலம்

காற்றின் திசைக்கேற்ப
மெலிதாக அசைந்தாடும்
தீயின் நாவுகள்
பசியோடு
உண்ண அழைப்பது போலிருக்க

முற்றி பால்பிடித்த கதிர்களினூடே
நுழைந்து வெளியேறும்

குருவிகளின் சிறகுகளில்
அந்திச் சூரியனுக்குப் போட்டியாக
செம்மஞ்சள் வர்ணம்
மிளிரும்

இன்று
வறண்டு
வானம் பார்த்து கிடக்கும்
இந் நிலத்திற்கு
பருவம் தப்பிப் பொழியும்
ஒரு மழை போதும்
மண்
நனைய நனைய
மறுபடியும்
பச்சை பிடிக்கும்
உயிர்கள்.

O

இரகசியக் கடிதம்

திறந்த ஜன்னலின்
திரை விலக்கி
விருந்தினர்போல
உள் நுழையும்
முதல் கதிருக்கு
ஏக்கத்துடன் காத்திருக்கும்
என் தொட்டிச்செடியைக்
கவனித்திருக்கிறேன்

பகல்முழுவதும்
பச்சையம் தேடி
இலைகள் விரிய
நிற்குமது
மாலையில்
கடைசி ஒளியும் மறைந்தபிறகு
வெட்கத்தைவிட்டு
மெதுமெதுவாய்
தன் காதலை
கண் மறைவாகக்
காற்றில் தீற்றத் தொடங்குகிறது.
o

இடமும் இருப்பும்

'எங்கம்மா இருக்க?' எனக் கேட்டாள்
எதிரிலிருந்த மகள்
ஏதோ யோசனையில் ஆழ்ந்திருந்த
நான்
திடுக்கிட்டு
'தெரியலையே' என்றேன்

வகுப்பறையில்
வைத்து
இதே கேள்வியை
என் ஆசிரியர் கேட்டிருக்கிறார்
அதன் பிறகும்
வெவ்வேறு தருணங்களில்
யார்யாரோ
இதே கேள்வியை
என்னிடம் கேட்டதுண்டு

அப்போதெல்லாம்
தோன்றிய பதிலைச்
சொல்லியிருக்கிறேன்
இன்று
இவளிடம் சொன்னபிறகுதான்
அதற்கான
அறுதியான பதிலை
நானும் தேடினேன்
அது
இடத்தில் மறைந்து
காலத்தில் தோன்றுகிறது.
O

முடிச்சு

அகன்ற வானிலும்
அலைகடல்கள் மீதிலும்
மட்டுமன்றி
மூச்சுக்கு தவிக்கிற
கண்டம் எதுவொன்றிலும்
முடிச்சிட்டுக் கிடப்பதுவும்
கருநீலம்தான்.

O

அரண்

மண்ணாலோ
கல்லாலோ
அல்லது மரங்களைக் கொண்டோ
முனைந்து கட்டப்படவில்லை

தசையினாலோ
எலும்பினாலோ
நரம்பின் இழைகொண்டோ
பின்னப்பட்டு
குருதி பாய்ச்சப்படவில்லை
ஆனாலும்
மனதின் மூலையில்
மறைவாக சுவர் ஒன்று
எழுப்பப்பட்டுக்கொண்டேயிருக்கிறது
இந்த உலகோடு முரண்படும்போதெல்லாம்
என்னோடு நான்
இருந்து கொள்வதற்கு வசதியாக.
O

அன்பின் ருசி

நீந்திக்
கடக்க முடியாத
கடலென மறித்து நிற்கிறது
உன் மௌனம்.
ஒரு அலைக்கும்
மறு அலைக்கும் இடையிலான
நொடிகள்
யுகமென
நெடிதாக
நீளுகையில்
உள்ளும் புறமும்
உலர்ந்து
உப்பென
உவர்த்துப் போகிறேன்.
O

பெரிதினும் பெரிது

பித்தும்
பேதமையும்
கூடக்
கொள்வதால்
ஆவதொன்றுமில்லை
அமுதும்
ஆலகாலமும்
துளி போதும்
உயிர் வாதையாக
பெருங் கதையாக.

○

புது மலர்

பூமிக்கு
வெகுதொலைவில்
புதிய கோளில்
இரகசியமாய்
புதைத்து வைத்தாலும்
தனக்கான காலம் வருகையில்
தன்னிச்சையாய்
பூத்து நிரம்பும் வாசனையால்
வசந்தமெனத்
தன்னை
இவ்வுலகு
அறியத் தந்துவிடுகிறது
அம் மலர்.
O

பாதை

ஓர்
எழுத்திலிருந்து
வார்த்தைக்கும்
வார்த்தைகளிலிருந்து
வாக்கியத்திற்கும்
வந்துசேர
வழிகள்
பற்பல
நேராகவும்
குறுக்காகவும்
வெளிப்படையாகவும்
மறைவாகவும்
உண்டு

மொழியின்
இப்புதிர்வெளியில்
விரும்பித் தொலைகிறவர்கள்
வேண்டுவதைக் கண்டடைகிறார்கள்
வழிமறந்து
குழம்பித் திரிகிறவர்களோ
சேரிடத்திற்கு
சென்று சேர்கிறார்கள்.

O

உபரி மதிப்பு

தொடக்கப்பள்ளியில்
உடன் படித்த ஆறுமுகத்தாய்க்கு
ஆறுவிரல்கள்

அவள் கைகளைப்
பற்றிகொள்ளும்போதெல்லாம்
அந்தச் சிறிய விரலின் அலைக்கழிவு
என்னவோ செய்யும்

அவளது அதிகப்படியான விரல் கண்டு
'மிச்சமண்' என்று பிறர் கேலிசெய்ய
தமிழய்யா மட்டும்
அதிர்ஷ்ட லட்சுமி என்பார்

வருடங்கள் கடந்தபிறகு
அதிகாரத்தின் உச்சியிலிருந்த ஒருவரை
அணுகிப்பேச நேர்ந்தபோது
அவருடைய
கைகளிரண்டிலும் கண்ட ஆறாம் விரலிலேயே
என் கவனமிருந்தது

அப்போது
ஆறுமுகத்தாயையும்
நினைத்துக்கொண்டேன்

நினைத்தபின்
நடக்கும்
நிகழ்வுகளும் உண்டுதானே

நான் நம்பியபடியே
உயர்ந்த
நிலையில் இருந்தாள்
உள்ளன்போடு வரவேற்றவள்
காப்பிப் குவளையை
கையில் தரும்போதுதான்
கவனித்தேன்
அவள் கையிலிருந்த
ஆறாம் விரலைக் காணவில்லை

அடக்கமாட்டாமல்
அவளிடம் கேட்டேவிட்டேன்,
'சாமிக்கு
அளவு தெரியாம
கூடுதலாக பிசஞ்ச மண்ணை
நான் ஏன் சுமக்கவேண்டும்' எனத் தோணுச்சு.
"நீக்கிட்டேன்" என்றாள்

அதற்குப் பிறகும்
வெகு நேரம்
பேசிவிட்டுத்தான் வந்தேன்
ஆனால்
அதுவெல்லாம்
ஆறுமுகத்தாயோடு பேசியதாகவே இல்லை.
O

நடனத்தின் நடுவே

எவர் அழைப்பில்
யாருடன் சேர்ந்து
எதற்கு வந்தேன் எனத்
தெரியவில்லை
இடைவிடாது நிகழும்
இக்கூத்தாட்டில்
ஒருபொழுது ஒன்றிக்கலந்தும்
மறுபொழுது
வெறுமே பார்வையாளராய் நின்றும்
பங்கேற்க
ஆட்டம்
தொய்வின்றி தொடர்கிறது
களிப்பின் மயக்கம்
வடிந்து
தெளிந்த மனம்
யாதெனின் யாதெனின்
நீங்கியிருக்க
அதனினும் நோதல்
நீங்கி
நிறைகிறது அமைதி.
O

தரிசனம்

உள்ளிருக்கும்
ஏதோவொன்றை
எங்கிருந்தோ தொடுகிறாய்
இங்கிருக்கும் அத்தனையும்
கண்மறைந்து
காணும் வெளியெங்கும்
நீயே காட்சியாகிறாய்.
O

நறுமனம்

இருள் விலகாத
இளங்காலையில்
நடைபாதையோரத்து
செடியினின்றும்
கையில் எடுத்து
கன்னத்தில் ஒற்றிக்கொள்ளும்
பனிக்கால மலரின்
இதம்போல்
அரும்புமொரு சொல்லிலிருந்து
அவிழ்கிறது
இன்றைய பொழுதிற்கான
நேசம்.

○

அதிகாலையின் அமைதி

மின்னவும் இல்லை
இடிக்கவும் இல்லை
பொழியவும் இல்லை
ஆனாலும்
விடியலில்
பின்வாசல் திறந்து வந்தபோது
இன்னமும் அரும்புவிடாத
சின்னச்சிறு
மாதுளை மரத்தின் தூருக்கருகே
பூத்திருந்த வெண்காளான்
இரவெல்லாம்
மின்னல் வெட்டி
இடியிடித்து
பெய்தோய்ந்த தொரு
மழைநாளின் ஈரத்தை
நினைவில் கிளர்த்துகிறது
இக்கோடையிலும்.

O

வாழ்க்கை வரலாறு

சிலரின் அடையாளத்தைப்
அழுந்தப் பதிந்தும்
பலரின் இருப்பை
இல்லாமல் மறையச் செய்தும்
காலம் புனைகிற
கதைகள்
எண்ணிறந்த திருப்பங்களுடன்
சரித்திரத்தின்
பக்கங்களில்
புரளுகின்றன.
நிறுத்தி
நிதானமாக
வாசிப்பவர்கள்
புரிந்துகொள்கிறார்கள்
வார்த்தைகளுக்கு
அகப்படாது
நழுவிப்போகும்
வாழ்வின்
அர்த்தத்தை.
O

நினைவூசல்

காத்திருப்பின் போது
காலி அறையில் மாட்டியிருந்த
பழைய
கடிகாரத்தையே
பார்த்துக்கொண்டிருந்தேன்..
சாவி கொடுக்க மறந்ததுபோல
நேரம் நகரவேயில்லை

சந்தித்தபோது
நிமிட முட்களை
நிமிர்ந்து பார்க்கவும்
தோன்றவில்லை

பரவசத்தில்
படபடக்கும் மனத்தை
நிதானம்
நிதானமென
சமாதானப்படுத்துகிறது
மணிக்கட்டு
நாடித் துடிப்பு.
O

நிறங்களின் ஓவியம்

காற்றை அறியாத பூ உளதா
காற்று திறவாத இதழ்கள் ஏது
காற்றில் துளிர்க்காத தேனும் உண்டோ
தான் சாய்ந்தாடும் காற்றை
தாவரம்
தன்னுள்
இதமென்று உணர்கையில்
பூக்கும்
தன் நிறைவை
வாசனைகொண்டு
வரைகிறதது.

○

பயணக்கதை

துறை ஒதுங்குகிறது
ஓடம்
கரையேறிப்போகிறார்கள்
மனிதர்கள்
தயங்கியொரு கணம் நிற்கும் நதி
தன்வழியே செல்கிறது
கடலிடம் சொல்ல
அதற்கு
கதைகள் ஆயிரம்
உண்டு.
O

மூன்றாம் பிறை

முன்னெப்போதோ
யார் யாரோ
நடந்து நடந்து
தடம் பதிய உருவாகிய
ஒற்றையடிப் பாதையில்
தானும்
இறங்கினாள்

கானக இருளில்
அவளறியாத இரகசியங்களுக்குள்
எட்டு வைத்து
ஏகியவள்
விண்மீன்கள்
விழுந்து ஒளிர்கிற
ஆற்றின் கரையில்
தயங்கி நிற்கிறாள்

அரிதாகவே
கண்ணிற் படும்
மூன்றாம் பிறை
தன்னைத்தான் காண
நீரில் கரைந்தும்
ஏங்கிக் காணும் பிறருக்கு
என வானில் ஒளிர்ந்தும்
இருவேறாக பிரதிபலிக்கக்
கண்டவள்
அவ்விதமாகவே
தன்னை உணர்ந்தாள்

அப்போதவள் அறிந்திருக்கவில்லை
அந்நதி சேருமிடம்
கடல் அல்ல என்பதை.
○

பரம பதம்

பலசமயம்
ஏணியின் படிகள்
இன்னும் இன்னுமென்று
உயரே
அழைத்துச் செல்கிறது
சிலபோது
அசைகின்ற
பாம்பின் வால்
பாதாளத்தின்
அடி ஆழத்தை
அடையாளம் காட்டுகிறது

ஏறி
மேற்செல்லவோ
இறங்கி
இருளில் மூழ்கவோ
விருப்பின்றி
தனித்திருப்பவளை
பறக்கச் சொல்லி
சிறகு தருகிறது
ஒரு சொல்.
O

ஆறுதல்

எற்றைக்கும்
ஏழேழ் பிறவிக்குமென
எண்ணியோரும்
ஏதிலார் போல்
முகம் கசந்து
முன் நில்லாதொழியினும்
மறுகிக்
குமையாதே
மட நெஞ்சே!
இந்த
உடலைவிடச் சிறிதாகவும்
மனதைவிடப் பெரிதாகவோ
இனி
எதுவும் நிகழ்ந்துவிடப் போவதில்லை.
O

வழிமறதி

வனத்திலிருந்து
வழிதப்பி ஊருக்குள் வந்துவிட்ட
ஒற்றை யானையை
அதனுடைய இருப்பிடத்திற்கே
திருப்பியியனுப்பும்
யத்தனத்தை
அது புரிந்துகொள்வதில்லை
மாறாக
மிரட்சியின் மிகுதியால்
தெருக்களிலின்றும்
வயல்வெளிகளினூடாக
அரண்டோடுகிறது
அழுந்தப்பதிந்த
அதன்
காலடித்தடத்தை
நெருங்கிப் பார்த்தால்
நம்முள்
விரியக்கூடும்
மெல்லச்
சுருங்கிக் கொண்டிருக்கும்
காட்டின் சித்திரம்.
O

ஓராயிரத்து ஒருத்தி

தலைவிதிப்படி
தனக்கு மட்டும் தனியே நிகழ்வதாக
அவள் கருதிக்கொண்டிருந்த
வலிகள் பலதும்
வழிவழியாக
பெண்கள் பலரும்
அனுபவித்துச் சென்றவைதான்
என்பதும்
அவற்றைக்
கடந்துதீரும்வரையில்
அவர்களும்
தன்போலவே
வெகுளியாகவும் வேதனையுற்றும்
வெதும்பிக் கிடந்தவர்கள்தாம்
என்பதும்
அவள்
அறிந்திடாதது

அறிந்தவர்களுக்குத்
தெரியும்
பெண்கள்
ஆயிரமாயிரம்பேர்கள்
அல்லர்
ஒருத்திதான்
ஆயிரம்முறை
மரித்தபிறகும்
ஓராயிரத்து ஒன்றாவது தடவையாக
உயிர்த்தெழுந்து
உலவிக்கொண்டிருக்கிறாள்.
O

கண்ணாமூச்சி

திக்குத் தெரியாதக் காட்டில்
தேடி இளைத்தேன்
எங்குமே
தென்படவில்லை
மயிற்பீலியின்
மரகதப் பச்சை

மரத்தடி நிழலில்
களைத்து
கண்மூடுகையில்
இதோ
இங்குதான் என்பதாக
காதில் வந்து
இழைகிறது
வேய்ங்குழல் நாதம்.
O

காலகாலம்

கனவுதான்
என்றுணர்கிற உறக்கமும்
இதுவுமொரு
நிகழ்வுதான் என்றறிகிற அனுபவமும்
ஒன்றையொன்று தழுவ முயன்று
பிறழ்ந்து தடுமாறுகையில்
மனதின் கடிகாரம்
காட்டுகிறது
திரும்பிப்போக முடியாதவொரு
பிழையான காலத்தை.

O

மாயமுள்

கபடமறியா
பால்யத்தில் கள்ளிப்பழம் பறித்துண்ணும்
காலமொன்று
அவளுக்கிருந்தது

கையெட்டிப்
பறிக்கையில்
காலில் முள்தைத்தது
ஒரு தரம்

அருகிருந்த
சிநேகிதன்
எருக்கம்பால்
இட்டு
மென் சதையில்
புதைந்திருந்த முள்ளை
பூப்போலப்
பறித்தெடுத்தான்
வலியேதுமின்றி

ஆறுகரை புரண்டோடிய வருடங்களில்
அயிரைமீனை விரும்பியுண்ணும்
பருவமொன்றும்
அவளுக்கிருந்தது
தொண்டையில் சிக்கிக்கொண்ட
முள்ளை அகற்ற
குழைந்து வடித்த சோற்று உருண்டையை
கண்களில்
நீர் வழிய வழிய விழுங்கவைத்தாள்
அம்மா

இப்போதும்கூட
கால்களிலும்
கழுத்துக்குள்ளேயும்
நெருடிக்கொண்டிருக்கும்
மாய முட்களைக்
களைந்தகற்றிட
ஒருபிடி
குழைந்த சோறும்
ஒரு சொட்டு எருக்கம்பாலும்
கொடுக்க
எங்கிருந்தாகிலும்
நீளுமொரு
மந்திரக்கரமென
காத்திருக்கிறாளவள்
கனவில்.
○

விதை நிழல்

அம் முதிர்ந்த மரத்தின்
சிவந்த கனியினை
விரும்பிச் சுவைத்த
சிறுமி
விதையினை
வீட்டின் புறத்தே
புதைத்து வைத்தாள்

புழுவைத் தேடி
மண் கிளரும் கோழிகளுக்கும்
பச்சையிலையை
உண்டு பசியாறும்
கால்நடைகளுக்கும் தப்பிப் பிழைத்தது
துளிர்த்த
சிறு செடி

கோடைக்கும்
குளிர் மழைக்கும்
தாங்கித் தழைத்தது

இப்போது
விதைத்தவளே வந்தாலும்
அசைத்துவிட இயலாதபடிக்கு
பரந்து கிளை விரித்திருக்கிறது
மேலும்
அதன்
கனிகளைக்
கவர்ந்து போன பறவைகள்
நிலம் நெடுகப்
பரவச்செய்துகொண்டிருக்கின்றன
அத்தருவின் நிழலை.
O

மாமலர்

பின்னிரவில் ஒரு கனவு
விடியலில் வேறு கனவு

இரண்டிற்கும்
இடையில்
சிறுபொழுதே உறக்கம்

விழித்தபிறக்கும்
கலையாதிருக்கும் கனவின்
வெளிச்சத்தில் மலர்கிறது
ஒரு பூ
கூர்முள்ளால்
கீற முடியாத
அதன் நறுமணம்
இவ்வாழ்வின் அர்த்தம்.
O

சக்தி ஜோதி

திண்டுக்கல் மாவட்டம் மேற்குத்தொடர்ச்சி மலையின் அடிவார கிராமமான அய்யம்பாளையத்தில் தன் குடும்பத்துடன் வசிக்கிறார். தமிழில் முதுகலைப் பயின்ற இவர், சங்க இலக்கியத்தில் ஆய்வு செய்து முனைவர் பட்டமும் பெற்றவர். இதுவரையில் பதினோரு கவிதைத் தொகுதிகளும், இரண்டு கட்டுரை நூல்களும் வெளியாகியுள்ளன.

திருச்சி பாரதிதாசன் பல்கலைக்கழகம், மதுரை காமராசர் பல்கலைக்கழகம், திருநெல்வேலி மனோன்மணியம் சுந்தரனார் பல்கலைக்கழகம் ஆகியவற்றில் இவருடைய கவிதைகள் பாடத்திட்டத்தில் வைக்கப்பட்டுள்ளன. தமிழக அரசின் நூலக விருது, திருப்பூர் தமிழ்ச் சங்க விருது, சிற்பி இலக்கிய விருது, தமிழ்நாடு முற்போக்கு கலை இலக்கிய மேடை விருது, SRV பள்ளி விருது உள்ளிட்ட விருதுகள் இவரது நூல்களுக்காகப் பெற்றவை.

கவிதைகள் தவிர, சங்கப் பாடல்கள், நவீன இலக்கியம், நீர் மேலாண்மை, பெண் கல்வி, சுற்றுச்சூழல், விவசாயம், காலநிலை மாற்றம் ஆகியவை குறித்து இவர் எழுதிய கட்டுரைகள் பல்வேறு இதழ்களிலும் பிரசுரம் ஆகியுள்ளன.

தேசிய வேளாண்மை மற்றும் ஊரக மேம்பாட்டு வங்கி, தமிழக அரசின் வேளாண்மைத்துறை மற்றும் சமூக நலத்துறை ஆகியவற்றோடு இணைந்து தனது சமூகப்பணி நிறுவனத்தின் மூலம் வேளாண்மை மற்றும் பெண்களின் சுயசார்பு மேம்பாட்டிற்காக பல்வேறு ஆக்கப்பணிகளை மேற்கொண்டு வருகிறார்.

நூல்கள்

கவிதைகள்:

1. நிலம் புகும் சொற்கள் (2008)
2. கடலோடு இசைத்தல் (2009)
3. எனக்கான ஆகாயம் (2010)
4. காற்றில் மிதக்கும் நீலம் (2011)
5. தீ உறங்கும் காடு (2012)
6. சொல் எனும் தானியம் (2013)
7. பறவை தினங்களை பரிசளிப்பவள் (2014)
8. மீன் நிறத்திலொரு முத்தம் (2014)
9. இப்பொழுது வளர்ந்துவிட்டாள் (2016)
10. மூங்கிலரிசி வெடிக்கும் பருவம் (2016)
11. வெள்ளி வீதி (2017)

கட்டுரைகள்:

1. **சங்கப்பெண் கவிதைகள் (2017)**

(சங்ககாலப் பெண் கவிஞர்களைச் சமகால வாழ்க்கையோடும், கலை இலக்கியங்களோடும் ஒப்பீடு செய்து எழுதப்பட்டக் கட்டுரைத் தொகுப்பு)

1. **ஆண் நன்று பெண் இனிது (2018)**

(அன்றாட வாழ்வில் சந்தித்த சாதாரண மனிதர்களின் அசாதாரணமான மன உறுதியை விவரிக்கும் சித்திரங்கள்.)